AF518886

മരിച്ചവരുടെ പനിനീർപ്പൂക്കൾ

marichavarude panineerppookkal
stories

•

p k parakkadavu

•

first chintha edition
august 2010

•

typesetting
signature computer centre, palayam

•

published
chintha publishers, thiruvananthapuram

•

printed
akshara offset, thiruvananthapuram

•

cover
anil vega

വിതരണം

ദേശാഭിമാനി ബുക്ക് ഹൗസ്

H O തിരുവനന്തപുരം–695 001

ബ്രാഞ്ചുകൾ

ഓവർബ്രിഡ്ജ് തിരുവനന്തപുരം • കെ എസ് ആർ ടി സി ബസ് സ്റ്റേഷൻ ആലപ്പുഴ • കെ എസ് ആർ ടി സി ബസ് സ്റ്റേഷൻ എറണാകുളം • കലൂർ കൊച്ചി • ഐ ജി റോഡ് കോഴിക്കോട് • മാവൂർ റോഡ് കോഴിക്കോട് • എൻ ജി ഒ യൂണിയൻ ബിൽഡിങ് കണ്ണൂർ • സെൻട്രൽ ബസ് ടെർമിനൽ കോംപ്ലക്സ് താവക്കര കണ്ണൂർ • മച്ചിങ്ങൽ ലെയ്ൻ തൃശൂർ

CO - 1464 / 2495

മരിച്ചവരുടെ പനിനീർപ്പൂക്കൾ

പ്രണയകഥകൾ

പി കെ പാറക്കടവ്

ചിന്ത പബ്ലിഷേഴ്സ്
തിരുവനന്തപുരം-695 001
വില : 50.00 രൂപ

പി കെ പാറക്കടവ്

പേര് അഹമ്മദ്. വടകര താലൂക്കിലെ പാറക്കടവിൽ ജനനം. പിതാവ്: പൊന്നങ്കോട്ട് ഹസൻ. മാതാവ്: മറിയം.

ഫാറൂഖ് കോളേജിൽ വിദ്യാഭ്യാസം. കുറച്ചുകാലം ബഹറൈൻ, യു എ ഇ, ഖത്തർ എന്നിവിടങ്ങളിൽ ജോലി ചെയ്തു. കഥകൾ ഇംഗ്ലീഷ്, ഹിന്ദി, മറാഠി, അറബി എന്നീ ഭാഷകളിലേക്ക് വിവർത്തനം ചെയ്യപ്പെട്ടിട്ടുണ്ട്.

മൗനത്തിന്റെ നിലവിളിക്ക് 1995 ലെ എസ് കെ പൊറ്റെക്കാട് അവാർഡ്, *മാതൃഭൂമി* ആഴ്ചപ്പതിപ്പിൽ പ്രസിദ്ധീകരിച്ച *'തോണി'* എന്ന കഥയ്ക്ക് ഫൊക്കാനോ അവാർഡ്, കേരള ഭാഷാ ഇൻസ്റ്റിറ്റ്യൂട്ടിന്റെ കഥാ അവാർഡ് (2009) എന്നിവ ലഭിച്ചു.

ഖോർഫുക്കാൻ കുന്ന്, മനസിന്റെ വാതിലുകൾ, മൗനത്തിന്റെ നിലവിളി, പ്രണയത്തിന്റെ നാനാർഥങ്ങൾ, പാറക്കടവിന്റെ കഥകൾ, മേഘത്തിന്റെ തണൽ, അവൾ പെയ്യുന്നു, ഭൂമിയുടെ കണ്ണുകൾ, പ്രിയപ്പെട്ട കൊച്ചുകഥകൾ, വാസ്കോഡഗാമ തിരിച്ചുപോകുന്നു (കഥകൾ), *പ്രകാശനാളം, ഗുരുവും ഞാനും, കൊടുങ്കാറ്റിനെ സ്നേഹിക്കുന്ന കുട്ടി* (ബാലസാഹിത്യം), *മുറിവേറ്റ വാക്കുകൾ* (ലേഖനങ്ങൾ), *ഞായറാഴ്ച നിരീക്ഷണങ്ങൾ* (വിവർത്തന കവിതകൾ) എന്നീ കൃതികളുടെ കർത്താവ്.

ഇപ്പോൾ *മാധ്യമത്തിൽ* സീനിയർ സബ് എഡിറ്റർ.

ഭാര്യ : സൈബുന്നീസ
മക്കൾ : ആതിര അഹമ്മദ്, അനുജ അഹമ്മദ്.
വിലാസം : മാഴ്സ്, കൊളത്തറ–673 655.

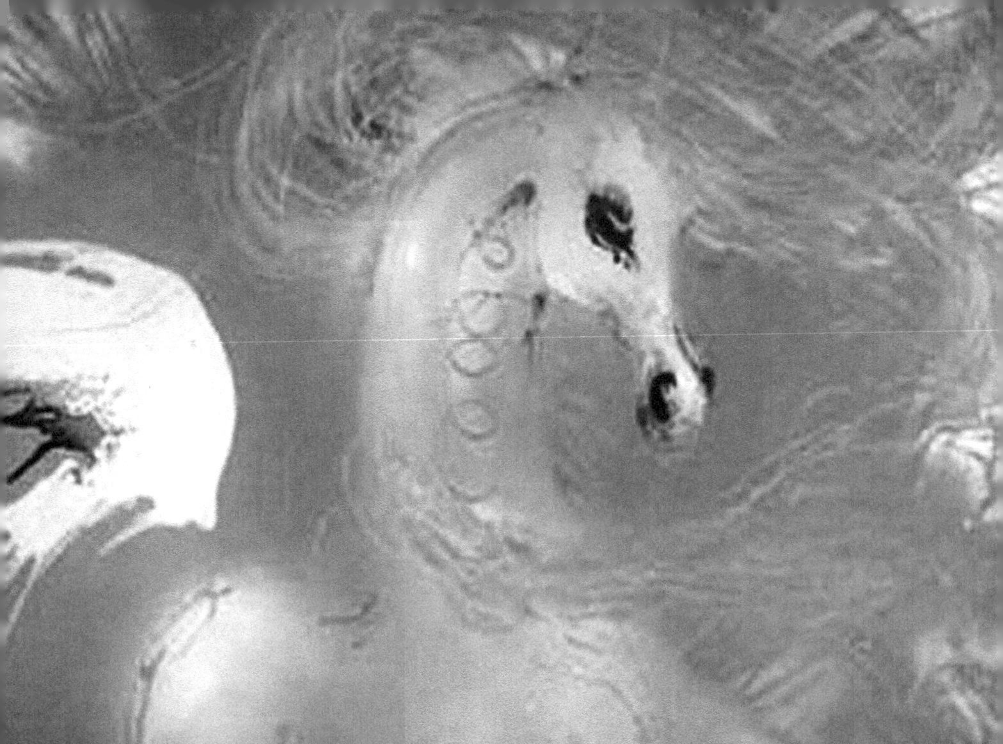

ഉള്ളടക്കം

ആമുഖം

ഒരു വലിയ കഥയുടെ വാരിയെല്ലുകൾകൊണ്ട് ചെറുതിൽ ചെറുതായ ഒരു കഥയുണ്ടാക്കാനാവില്ല. എന്നാൽ ഒരു ജീവിതത്തിന്റെ വാരിയെല്ലുകൾകൊണ്ട് ഒരു കൊച്ചുകഥയുണ്ടാക്കാം.

ആറുവരികളിലോ പത്തുവരികളിലോ എഴുതുമ്പോഴല്ല ഒരു കൊച്ചുകഥ പിറക്കുന്നത്. ജീവിതം പിഴിഞ്ഞു സത്തുണ്ടാക്കി ഇത്തിരി കണ്ണീരും ചേർത്ത് തപസുചെയ്യുമ്പോഴാണ് ഒരു കൊച്ചുകഥയുണ്ടാകുന്നത്.

ഒരു വാക്ക് പൊട്ടിച്ചുനോക്കുമ്പോൾ തീ—മറ്റൊരു വാക്കിൽനിന്ന് നിലാവ്. മൂന്നാമത്തെ വാക്കിൽ മഞ്ഞ്—അപ്പോൾ ഞാൻ പറയും—ദൈവമേ, ഇതൊരു കൊച്ചു കഥയാണല്ലോ.

ഊതിയൂതി വീർപ്പിച്ച് ഒരു ബലൂൺ വലുതാക്കാം. വാക്കുകൾ കുത്തിനിറച്ച് വീർപ്പിച്ചാൽ ഒരു കഥയാവില്ല. ഊതിവീർപ്പിച്ച പൊങ്ങച്ചത്തിനെതിരെ ഒരു കൊച്ചുകഥയുടെ മുനകൊണ്ട് കുത്തുകയാണ് വേണ്ടത്.

ചട്ടികളിൽ വളർത്തുന്ന ബോൺസായി ചെടിയല്ല ചെറിയ കഥ. വലിയ കഥയുടെ ചെറിയ രൂപമേയല്ല അത്—കഥയും കവിതയുമല്ലാത്ത മറ്റെന്തോ ഒന്ന് – ഒരുവേള, ജീവിതത്തോട് ഏറ്റവും അടുത്തുനിൽക്കുന്നത്.

എന്നോട് സുഹൃത്ത് ചോദിച്ചു:

"ഈ ഇത്തിരിവരികളിൽ എന്തു കഥയാണുള്ളത്?"

ഞാൻ പറഞ്ഞു; "പൊട്ടിച്ചു നോക്കൂ."

അവൻ പൊട്ടിച്ചുനോക്കി. അതിൽനിന്നു തെറിച്ചുവീണത് ജീവിതം.

പി കെ പാറക്കടവ്

1

യാത്രയ്ക്കിടയിലെ വിശേഷങ്ങൾ

ജീവിതംപോലെ അല്ലെങ്കിൽ മരണംപോലെ കറുത്ത് നീണ്ടുപോകുന്ന പാത.

പാതയോരത്തുള്ള വിളക്കുകാലിന് സമീപം ഒരു നനഞ്ഞ പകൽ.

അവൾ ചോദിച്ചു: "എങ്ങോട്ടാണ്?"

"ഈ പാതയുടെ അറ്റംവരെ അല്ലെങ്കിൽ ജീവിതത്തിന്റെ അറ്റം വരെ." അവൻ പറഞ്ഞു.

"ഈ യാത്ര തുടങ്ങിയിട്ട് വർഷങ്ങളെത്ര കഴിഞ്ഞുപോയി." അവൾ പതിഞ്ഞ ശബ്ദത്തിൽ തന്നോട് തന്നെ പറഞ്ഞു.

അവൻ അവളെത്തന്നെ നോക്കിയിരുന്നു.

"നമുക്കീ മുഷിഞ്ഞ വസ്ത്രങ്ങൾ ഒന്നു മാറ്റണ്ടേ?" അവൾ ചോദിക്കുന്നു.

അവൻ ഒന്നു ചിരിച്ചു. "നമ്മെത്തന്നെ ഒന്ന് അലക്കിയെടുത്താലോ?" അവൻ ചോദിച്ചു.

ആ നനഞ്ഞ പ്രഭാതത്തിൽ മഴപ്പാറ്റകൾ ചത്തുകിടക്കുന്ന വിളക്കു കാലിന് താഴെ രണ്ടു പേരുടെയും ശരീരങ്ങൾ ഊരിവച്ച് അവർ യാത്ര തുടർന്നു.

ചാറ്റൽമഴ പെയ്യുന്ന ഒരു സായാഹ്നത്തിൽ ഒരു മരപ്പൊത്തിലിരുന്ന് ചിറകുകൾ കുടഞ്ഞ് ഒരു തത്ത തന്റെ ഇണയോട് ചോദിച്ചു: 'ആ നനഞ്ഞ പ്രഭാതവും ആ വിളക്കുകാലും നീയോർക്കുന്നുവോ?"

പിന്നെ രണ്ടു തത്തകളും ചിറകുകൾ വീശി ഓർമകളിലേക്ക് പറന്നു.

2

പ്രണയത്തിന്റെ കടൽ

അവൻ പറഞ്ഞു:

“നീ തിര. ഞാൻ തീരം– എന്റെ നെഞ്ചിൽ ആർത്തലച്ചുവന്ന് പൊട്ടിച്ചിതറി ഇല്ലാതാവുകയാണ് നിന്റെ വിധി. പ്രണയം കീഴടക്കലും കീഴടങ്ങലുമാണ്”.

“അല്ല”. വിയോജിപ്പിന്റെ ആഹ്ലാദത്തോടെ അവളോതി.

“നീ തീരമല്ല. വെറും മണൽത്തരി. ഞാൻ തിരയുമല്ല. വെറും കുമിള. ഇവിടെ കീഴടക്കലും കീഴടങ്ങലുമില്ല. ഇല്ലാതാകലേയുള്ളൂ.”

3

മരിച്ചവർ മിണ്ടുന്നു

അവസാനം–

നക്ഷത്രങ്ങളത്രയും കെട്ടുപോയി.

ആകാശം പിഞ്ഞിക്കീറി കഷണങ്ങളായി കാറ്റിൽ അപ്പൂപ്പൻ താടി പോലെ ഒഴുകി.

ഭൂമിയുടെ മാറിലെ ആണികളിളകി പർവതങ്ങൾ തലകുത്തി വീണു.

കടലുകളിൽ തീയാളിപ്പടർന്നു.

നിശ്ശബ്ദത–

നിശ്ശബ്ദത മാത്രം.

പൊളിഞ്ഞു വീണ ഒരാകാശക്കീറ് ദേഹത്തുനിന്ന് തള്ളിമാറ്റി അവൻ ചോദിച്ചു: "നീയെവിടെയാണ് ഒളിച്ചിരിക്കുന്നത്?"

തലകുത്തിവീണ ഏതോ ഒരു പർവതത്തിന്റെ അടിയിൽനിന്ന് അവൾ മൊഴിഞ്ഞു:"ഞാനിവിടെയുണ്ട്."

അപ്പോൾ അവരുടെ തലയ്ക്ക് മുകളിൽ അലൗകികമായൊരു പ്രകാശം പരന്നു.

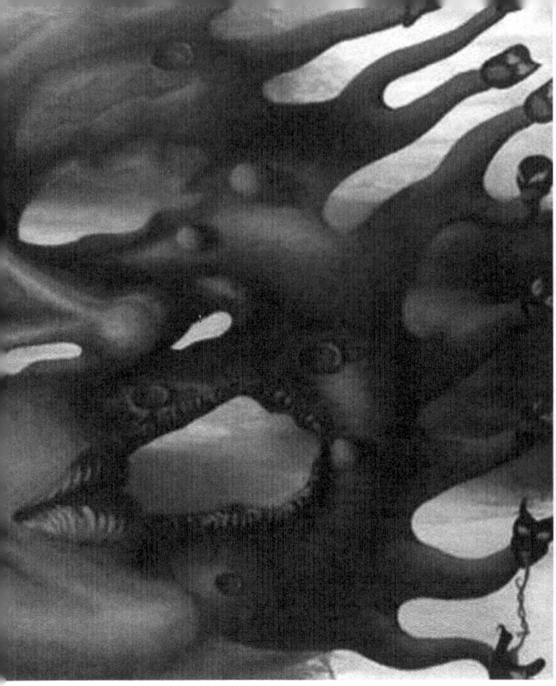

4

പ്രണയത്തിന്റെ ചരടുകൾ

ഞാൻ സൂര്യനെ നോക്കിയിരിക്കുമ്പോൾ എന്റെ ചിറകുകൾ കരിഞ്ഞു പോകുമെന്ന് നീ–

നിലാവിൽ കുളിച്ചു നിൽക്കുമ്പോൾ ഞാൻ മുങ്ങിമരിച്ചുപോകുമെന്ന് നീ–

മരത്തണൽ തേടി നടക്കുമ്പോൾ നിബിഡവനത്തിൽ ഞാൻ വഴി തെറ്റിപ്പോകുമെന്ന് നീ–

മഴയോട് സ്വകാര്യം പറഞ്ഞിരിക്കുമ്പോൾ പ്രളയം വന്ന് മൂടുമെന്ന്, അപ്പോൾ നോഹയുടെ ഒരു പെട്ടകവും എന്നെ രക്ഷപ്പെടുത്താനുണ്ടാവില്ലെന്ന് നീ–

ദൈവമേ, ആ ചരടുകൾ നിന്റെ കയ്യിൽ തന്നതും ആ ചരടുകൾ കൊണ്ട് എന്നെ ബന്ധിക്കാൻ പറഞ്ഞതും ഞാൻ തന്നെയായിരുന്നല്ലോ.

അതുകൊണ്ട് നിന്റെ കൈകൾ പതുക്കെമാത്രം ചലിപ്പിക്കുക.

5

ജീവന്റെ ഫോട്ടോസ്റ്റാറ്റുകൾ

നഗരത്തിന്റെ തിരക്കിലൂടെ അവനും അവളും നടക്കുകയായിരുന്നു.

സൗഹൃദം കൊറിച്ച്, കഴിഞ്ഞുപോയ നിറമുള്ള ദിനങ്ങൾ അയവിറക്കി അവർ നടന്നു.

പൊടുന്നനെ സ്നേഹത്തിന്റെ തിരതല്ലലിൽ അവരിലാർക്കോ നൊന്തു. പിന്നെ അതൊരു കലഹമായി പ്രണയത്തിന്റെ ഉന്മത്താവസ്ഥ കൊടുംകലഹവും വേർപിരിയലുമാണെന്ന് രണ്ടുപേർക്കും അറിയാമായിരുന്നു. എന്നിട്ടും രണ്ടുപേരും വാക്കുകൾകൊണ്ട് പരസ്പരം മാന്തിക്കീറി.

അവൻ പറഞ്ഞു: "ഒരു വഴിയുണ്ട്" എന്നിട്ട് അവളെയും കൂട്ടി ഒരു വലിയ കെട്ടിടത്തിലേക്ക് കയറി.

ഗർഭപാത്രത്തിന്റെ ആകൃതിയിലുള്ള ഒരു മുറി. അതിന്റെ മിതശീതോഷ്ണാവസ്ഥയിൽ ഒരു കൂറ്റൻ യന്ത്രത്തിനരികെ അവൾ. "ജീവന്റെ ഒരു ഫോട്ടോസ്റ്റാറ്റ്." കൗണ്ടറിൽ അവൻ ഡോളറുകളടച്ചു.

ഇപ്പോൾ അവന്റെ കൂടെ അവളുടെ തനിസ്വരൂപമായി മറ്റൊരാൾ

അവർ കൈകോർത്ത് യാത്ര തുടർന്നു.

തനിയെ വീട്ടിലേക്ക് മടങ്ങുമ്പോൾ അവൾ ചിന്തിച്ചു. "അവന്റെ ജീവന്റെ ഒരു ഫോട്ടോസ്റ്റാറ്റ് എനിക്കും എടുപ്പിക്കാമായിരുന്നു."

6

മേഘസന്ദേശം

ആകാശത്തിന്റെ വാതിലുകൾ തുറന്ന് ഒരു മേഘത്തുണ്ട് കീറിയെടുത്ത് മഴവില്ല് കൊണ്ട് അയാൾക്ക് ഒരു കത്തെഴുതി.

മേഘത്തുണ്ട് താഴോട്ട്–

ഇപ്പോൾ അവളുടെ കമ്പ്യൂട്ടറിൽ ഇ–മെയിൽ സന്ദേശം. "ഉടനെ പുറപ്പെടുക" അവൾക്ക് പുറപ്പെടാൻ ഒരു വാഹനവും കിട്ടിയില്ല.

അങ്ങനെ അവൾ മയ്യിത്തുകട്ടിലിലേറി യാത്രയായി.

7

പ്രണയത്തിന്റെ കാഴ്ച

"ഇത്രയും അടുത്ത് നിൽക്കുമ്പോഴാണ് പ്രണയത്തിന്റെ തീക്ഷ്ണത ഇല്ലാതാവുന്നത്." അവൾ പറഞ്ഞു.

അതുകേട്ട ഉടനെ ഒറ്റനിമിഷം കൊണ്ട് അവൻ ദൂരെ പറന്നുയർന്നു. എന്നിട്ട് ആകാശത്തിന്റെ ഒരു കോണിലിരുന്ന് അവളെനോക്കി കണ്ണു ചിമ്മി.

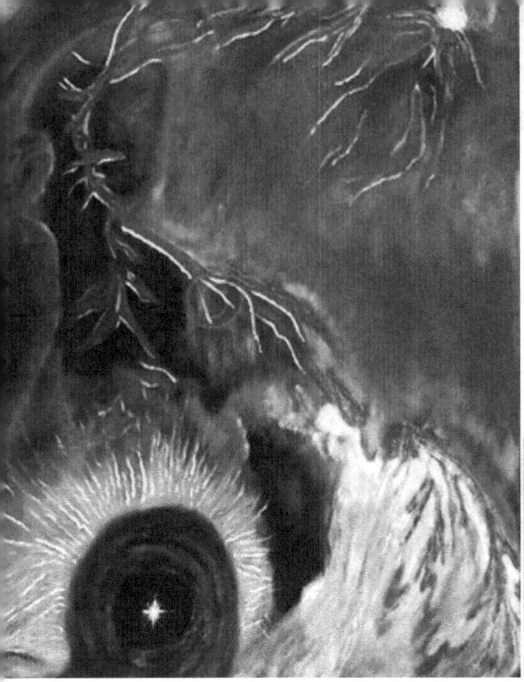

8

പ്രണയത്തിന്റെ സംഗീതം

ദൂരെ ഫോണിന്റെ അങ്ങേയറ്റത്ത് നീ.

"വല്ലാതെ തണുക്കുന്നു" ഫോണിലൂടെ അരിച്ചെത്തുന്ന മോഹിപ്പിക്കുന്ന നിന്റെ ശബ്ദം.

"ഇവിടെയും തണുപ്പ്. കൊടുമയായ തണുപ്പ്. തണുത്ത്.... തണുത്ത്, ... വാക്കുകൾ പോലും തണുത്തുറഞ്ഞുപോയി പുറത്തേക്ക് വരാത്തതിനാൽ അങ്ങോട്ടൊന്നും പറയാനാവുന്നില്ല.

"ഫോണിലൂടെ നീ പാട്ട് കേൾക്കുന്നില്ലേ? വിരഹത്തിന്റെയും വേദനയുടെയും ഈരടികൾ ഒലിച്ചിറങ്ങി നിന്റെയരികിൽ എത്തുന്നില്ലേ?" വീണ്ടും നീ–

"ഇല്ല. ഇവിടെ നിശ്ശബ്ദതയുടെ സംഗീതം മാത്രം. ഇങ്ങോട്ട് ഒന്നും കേൾക്കില്ല. അങ്ങോട്ടൊന്നും പറയാനും പറ്റില്ല".

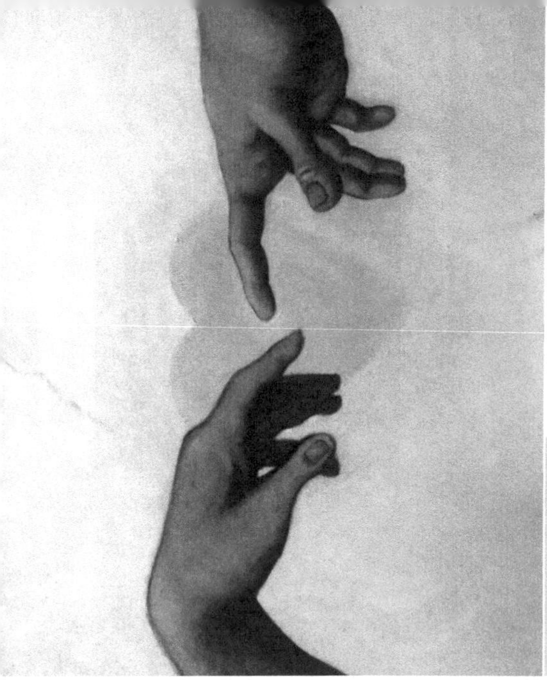

9

പ്രണയത്തിന്റെ ചിത്രം

എനിക്ക് കാണാൻ നിന്റെ കണ്ണുകളും കേൾക്കാൻ നിന്റെ കാതുകളും മണക്കാൻ നിന്റെ മൂക്കും മതിയെന്ന് വന്നപ്പോൾ നമ്മൾ രണ്ടു പേരും വേണ്ട; ഒരാൾ മാത്രം മതിയെന്നായി.

നിന്നെ മായ്ച്ചുകളയാൻ എനിക്കാവുന്നില്ല. കാരണം കുറേക്കാലമായി മായ്ക്കാനും എഴുതാനും നിന്റെ കൈകൾ തന്നെയാണ് ഞാനുപയോഗിക്കുന്നത്.

അതുകൊണ്ട്, ഞാൻ എന്നെത്തന്നെ മായ്ച്ചു കളഞ്ഞു. നിന്റെ കൈ ഉപയോഗിച്ച്.

10

നീയും ഞാനും

നീയെത്ര പെയ്തുതീർന്നിട്ടും ഞാൻ നിറഞ്ഞില്ല. മുടിയഴിച്ചിട്ട് നീ കൊടുങ്കാറ്റായ് വന്നിട്ടും ഞാൻ ആടിയുലഞ്ഞില്ല.

ഒടുവിൽ ഇടിമിന്നലായ് വന്ന്
എന്നെ തൊട്ടപ്പോഴാണ്
ഞാനും നീയും അലിഞ്ഞില്ലാതായത്.
പ്രണയം പുണരലും ഇല്ലാതാകലുമാണ്.

11

പൊന്ന്

എനിക്ക് പൊന്നുപോലെ ഇഷ്ടമാണവളെ.

കുറേ സ്വർണത്തോടൊപ്പമാണ് അവളുടെ അച്ഛൻ അവളെയെനിക്ക് നൽകിയത്. ഞാനവളെ പൊന്നേയെന്നും എന്റെ തങ്കക്കുടമേയെന്നും വിളിച്ചു.

കുറേ കഴിഞ്ഞപ്പോഴാണ് എനിക്ക് സംശയം വന്നത്. ഇവൾക്ക് എത്ര കാരറ്റ്?

അങ്ങനെയാണ് ഞാനവളെ, ഉരുക്കി മറ്റൊരാളായി പണിയാൻ തീരുമാനിച്ചത്. (അല്ലാതെ നിങ്ങൾ പറയുംപോലെ വേറൊരുത്തിയെ കല്യാണം കഴിക്കാനൊന്നുമല്ല)

ആളിപ്പടരുന്ന തീജ്വാലയിൽ നിന്ന് ഉരുകുംനേരം അവൾ വിളിച്ചു പറഞ്ഞു.

"തൊള്ളായിരത്തിപ്പതിനാറിന്റെ പരിശുദ്ധി" തീനാളങ്ങൾക്കും സ്വർണവർണമായിരുന്നു.

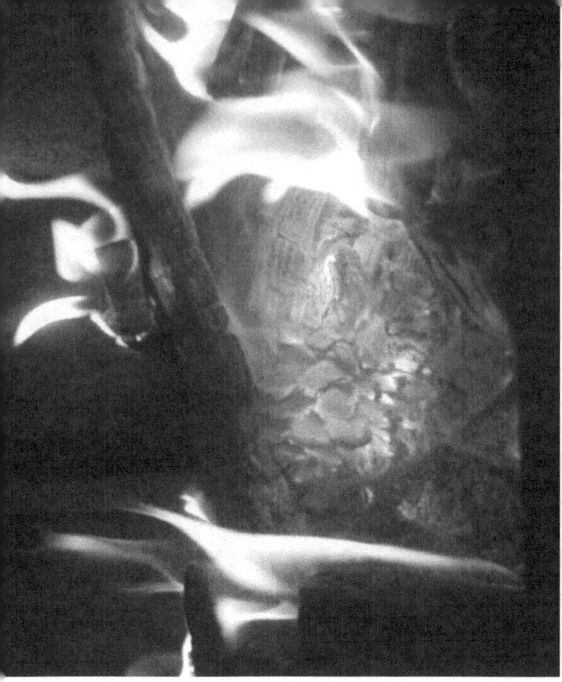

12

പ്രണയത്തിന്റെ വിരലുകൾ

മുടിനാരേഴായ് കീറിയിട്ടതുകൊണ്ടൊരു പാലം.

അടിയിൽ നരകം–

അക്കരെ സ്വർഗം–

നരകത്തിൽ നിറയെ തേളും പാമ്പും ചലവും ചോരയും–ആളിക്കത്തുന്ന തീ. തീയിൽ വെന്തുരുകി മരിക്കാതെ മരിച്ചുകൊണ്ടിരിക്കുന്ന പാപികൾ. അഗ്നിപാദുകങ്ങളണിഞ്ഞ് അഗ്നിസിംഹാസനത്തിൽ നരകത്തെ കാക്കുന്ന മാലാഖ.

അക്കരെ സ്വർഗത്തിൽ നിറയെ പൂന്തോപ്പുകൾ. അരുവികൾ, ഒഴുകുന്ന രുചിയേറിയ മധുരപാനീയം, കുടിക്കാൻ സ്വർണപാത്രങ്ങൾ, നിത്യയൗവനം, ആഹ്ലാദത്തിന്റെ നുരച്ചാർത്തുകൾ.

നേരിയ പാലത്തിലൂടെ അയാളുടെ യാത്ര–

ദൈവമേ, അക്കരെയെത്തുമോ?

താഴെ നരകത്തിലേക്ക് വഴുതിവീഴുമോ?

ഓരോ കാലടിയും സൂക്ഷിച്ച്–പെട്ടെന്ന് അയാൾ പാലത്തിൽ നിന്ന് ആടി താഴേക്ക് പതിക്കുംനേരം സ്നേഹത്തിന്റെ ഒരു കരസ്പർശം. പാലം അപ്പോൾ വീതിയേറിയതായി തോന്നി.

അയാൾ അക്കരെയെത്തി.

സ്വർഗത്തിന്റെ പടിവാതിൽക്കൽ ചിരിച്ചുകൊണ്ട് അവൾ–

അയാൾ പറഞ്ഞു: "ഭൂമിയിൽ നിന്ന് ഞാൻ വഴുതി വീഴുമ്പോൾ എന്നെ പിടിച്ച് എഴുന്നേൽപ്പിച്ച കൈകൾ ഇവിടെയും."

അവൾ ചിരിച്ചു. അപ്പോൾ അലൗകികമായൊരു പ്രകാശം അവിടെയാകെ.

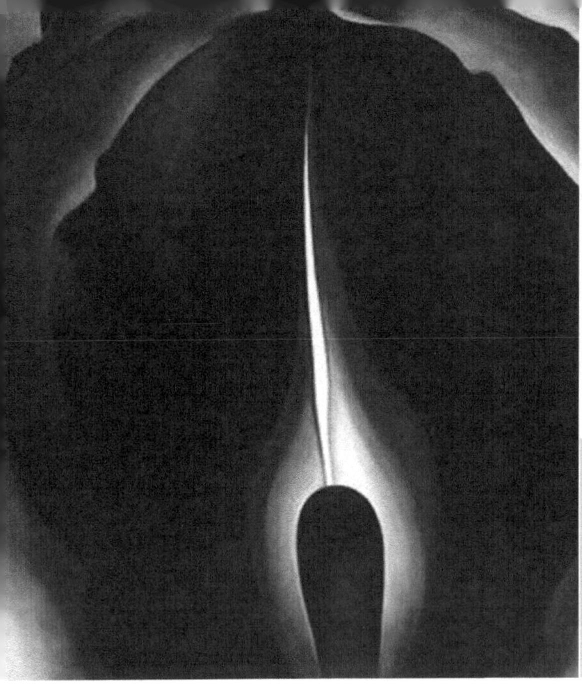

13

പ്രണയം

"സ്നേഹം ഉറയൂരിയ വാളാണ്. വാൾത്തലയിലെ മിന്നൽപ്പിണരാണ്." അവളെ അരികിലിരുത്തി അവൻ പറഞ്ഞു.

"അല്ല." അവൾ മൊഴിഞ്ഞു. "അതൊരു ചുവന്നു തുടുത്ത പനിനീർപ്പൂവാണ്."

"ഒരുപക്ഷേ, നീ പറയുന്നതാകാം നേര്." അവൻ പറഞ്ഞു.

എന്നിട്ട് അവളെ മെത്തയിൽ മലർത്തിക്കിടത്തി പനിനീർപൂവു കൊണ്ട് കഴുത്തിലും അരക്കെട്ടിലും സ്നേഹത്തോടെ തടവി.

ഇപ്പോൾ മുറിഞ്ഞ മൂന്ന് പനിനീർപ്പൂക്കളായി അവൾ.

മെത്ത നിറയെ പനിനീർപ്പൂക്കൾ

14

പ്രണയത്തിന്റെ അർഥം

നിന്റെ കണ്ണുകൾ രണ്ടു നീലസമുദ്രങ്ങൾ
തിരയിളക്കങ്ങൾ.
ആഴങ്ങളിലെ പവിഴമുത്തുകൾ.
നിന്റെ തലമുടി രാത്രിയുടെ നിബിഡവനങ്ങൾ.
നിന്റെ ചിരി പരന്നൊഴുകുന്ന നിലാവല.
അതുകൊണ്ട് പ്രപഞ്ചത്തെ വായിക്കാൻ ഈ സിദ്ധാർഥന് പടിയിറങ്ങേണ്ടതില്ല.
നീ ഭാഗ്യംകെട്ട ഒരു പഴയ യശോധരയല്ല.

15

പ്രണയമഴ

"എന്റെ നെടുവീർപ്പുകൾ ആവിയായി കുമിഞ്ഞു കൂടിയാണ് മേഘങ്ങളുണ്ടാവുന്നത്." അവൾ പറഞ്ഞു.

"എന്റെ ആശയുടെ കിരണങ്ങൾ മിന്നൽപ്പിണരുകളാകുന്നു." അവൻ പറഞ്ഞു.

"എന്റെ ഹൃദയമിടിപ്പുകളാണ് ഇടിയൊച്ചകളായി നിന്റെ കാതിൽ എത്തുന്നത്." അവൾ മൊഴിഞ്ഞു. "ഇനി എനിക്കൊന്ന് പെയ്തു തീരണം."

അവൾ പറഞ്ഞുതീരും മുമ്പ് അവനൊരു കാറ്റായി–കൊടുങ്കാറ്റായി മാറി.

16

പ്രണയത്തിന്റെ ചിറകടി

“നീ മരിച്ചാൽ ഒരു കാക്കയായി പുനർജ്ജനിച്ച് മുറ്റത്തെ മരക്കൊമ്പിൽ വന്നിരുന്ന് എന്നെ ഒളികണ്ണിട്ട് നോക്കുമോ?” അവൾ ചോദിച്ചു.

അവളുടെ നേരെ ഒരു കൂർത്ത നോട്ടമെറിഞ്ഞ് അവൻ അവളുടെ ചുമലിൽ പാറിവന്നിരുന്നു. പിന്നെ അവളെ ആർത്തിയോടെ കൊത്തിപ്പറിക്കാൻ തുടങ്ങി.

കിടക്കവിരിയിൽ പനിനീർപ്പൂവിന്റെ ഇതളുകൾപോലെ ചോരത്തുള്ളികൾ. ബോധാബോധങ്ങളുടെ നേരിയ നൂലിഴയിൽ അവളുടെ ചെവികളിൽ അരിച്ചെത്തുന്ന വാക്കുകൾ. “പ്രണയത്തിന് മരണവും പുനർജന്മവുമില്ല; ജീവിതമേയുള്ളൂ.”

കണ്ണുകൾ പാതിതുറന്ന് നോക്കും നേരം അരികിൽ അവന്റെ സ്ഥാനത്ത് കൗശലത്തിന്റെ നോട്ടമെറിഞ്ഞ് ഒരു കാക്ക.

പിന്നെ കാക്ക അവളെയും കൊത്തിയെടുത്ത് അനന്തതയിലേക്ക്.

17

പ്രണയത്തിന്റെ വെളിച്ചം

വിജനമായ ഒരു പള്ളിപ്പറമ്പിലെ ഉയർന്നുനിൽക്കുന്ന സ്മാരക ശിലകളിൽ ചാരി അവരിരുന്നു.

"ഇവിടെ ഇപ്പോൾ ആരുമില്ല. നീയും ഞാനും മാത്രം." അവൻ പറഞ്ഞു.

"ദൂരെയതാ ഒരു നക്ഷത്രം നമ്മെ നോക്കി കണ്ണുചിമ്മുന്നു." അവൾ പറഞ്ഞു.

"അത് കോടിക്കണക്കിന് വർഷങ്ങൾക്കു മുമ്പ് കെട്ടുപോയ ഒരു നക്ഷത്രമാണ്." അവൻ പറഞ്ഞു.

"അതിന്റെ പ്രകാശം ഭൂമിയിലെത്താൻ ഇത്രയും കാലമെടുത്തു."

"അപ്പോൾ പൊലിഞ്ഞുപോയ ആ നക്ഷത്രത്തെയാണ് നാം കാണുന്നതെന്നോ?" അവൾ ചോദിച്ചു.

"അതെ". അവൻ പറഞ്ഞു. എന്നിട്ട് ഒരു നക്ഷത്രപ്രകാശം അവിടെ അവശേഷിപ്പിച്ച് അവൻ ഖബറിനുള്ളിലേക്ക് തന്നെ പോയി, അപ്പോൾ അവളും മറ്റൊരു ഖബറിനുള്ളിലിറങ്ങി ഏകാന്തത പുതച്ചു കിടന്നു.

ഇപ്പോൾ ഭൂമിയിലും കെട്ടുപോയ രണ്ട് നക്ഷത്രങ്ങൾ പ്രകാശം പരത്തിയങ്ങനെ–

18

വീട്

ഇവിടെ എല്ലാ സൗകര്യങ്ങളുമുണ്ട്.

അവളെ അലക്കിപ്പിഴിയാൻ വാഷിങ് മെഷീൻ–

അവളുടെ മോഹങ്ങൾ മരവിപ്പിക്കാൻ ഫ്രിഡ്ജ്–

അവളുടെ വേദന ഭൂമി അറിയാതിരിക്കാൻ പതുപതുത്ത കാർപ്പെറ്റ്

ദാഹം അറിയാതിരിക്കാൻ കണ്ണീർക്കുടങ്ങൾ

കായ്ച്ചു നിൽക്കുന്ന ചാനലുകൾ–

ഇത്ര സൗകര്യങ്ങളുള്ള വിശാലമായ ഈ വീട് അവൾക്കെന്തിനാണ് ഒറ്റയ്ക്ക്!

അതു കൊണ്ട്–

എന്റെ വാരിയെല്ലുകൾകൊണ്ട് തീർത്ത ഈ

കൂട്ടിനുള്ളിൽ അവൾ കയറിയിരിക്കട്ടെ–

"അനർഘ നിമിഷ"ത്തിനൊരു തിരുത്ത്.

നീയും ഞാനും എന്നുമുള്ള യാഥാർത്ഥ്യത്തിൽ നിന്ന്, അവസാനം ഞാൻ മാത്രമായി അവശേഷിക്കാൻ പോവുകയാണ്.

ഞാൻ മാത്രം.

19

മഴ, ഇടി, മിന്നൽ

"**നി**നക്കെന്താണ് വേണ്ടത്?" അവൻ ചോദിച്ചു.

"ഒരു കുമ്പിൾ മഴ. ഒരു കുടം നിറയെ, ഭൂമി നിറയെ". അവൾ ആവേശത്തോടെ പറഞ്ഞു.

"പിന്നെ?" അവൻ ചോദിച്ചു.

"തലയ്ക്ക് ഒരു ചൊട്ടുപോലെ ഒരു ഇടി.

എന്നെ പിടിച്ചുലയ്ക്കാൻ, ഭൂമിയെ പിടിച്ചുലയ്ക്കാൻ

ഒരു ഇടി" അവൾ പറഞ്ഞു.

"പിന്നെയോ?"

"അതോടൊപ്പം എന്റെ മുഖം കാണാൻ, എന്നെത്തന്നെ കാണാൻ, ഈ ഭൂമിയെ മുഴുവനും കാണാൻ ഒരു മിന്നൽ"–അവൾ.

അവൻ ഒന്നു പുഞ്ചിരിച്ചു.

എന്നിട്ട് ഒരു മഴയായി അവളെ കഴുകി.

ഒരു ഇടിയായി അവളെ ഉണർത്തി. ഒരു മിന്നലായി അവൾക്ക് നിത്യവെളിച്ചം നൽകി.

20

തോണി

അന്ന്,

നിന്നെ കരച്ചിലിൽ നിന്ന് രക്ഷിക്കാനാണ് ഞാൻ കടലാസ് തോണിയുണ്ടാക്കി തന്നത്.

എന്നിട്ടും നീ വാശിപിടിച്ചു കരഞ്ഞു.

"മഴയുണ്ടാക്കിത്താ. എനിക്ക് മഴവെള്ളത്തിൽ തോണിയിറക്കണം."

(ഒരു സമൂഹത്തെ കരച്ചിലിൽ നിന്ന് രക്ഷിക്കാനാണ് നോഹ പെട്ടകം പണിതത്)

ഇന്ന്,

നീയാ പഴയ കുട്ടിയല്ല.

നീ കരയുന്നില്ല.

പക്ഷേ, നിന്റെ കണ്ണുകളിലെ അക്ഷരങ്ങളിലൂടെയിങ്ങനെ–

"എന്റെ നെടുവീർപ്പുകൾ ആവിയായി മേലോട്ട് എത്തി മേഘങ്ങളായി കുമിഞ്ഞു കൂടുന്നു.

ഇപ്പോൾ കണ്ണീര് പെയ്ത് പെയ്ത് ഈ ഭൂമി മുങ്ങും– പ്രളയം വരും."

ഭാഷയില്ലാത്ത വാക്കുകളിലൂടെ നീ പറയുന്നു:

"ഈ ജീവിതപ്പുഴയുടെ അക്കരെയെത്താൻ ഒരു തോണിയുണ്ടാക്കിത്താ."

21

കന്യാദാനം

ചടങ്ങുകൾ ഏറെയൊന്നുമുണ്ടായിരുന്നില്ല.

ആദ്യം മോതിരമണിയിക്കലായിരുന്നു.

ഇടത്തെ കൈയിലെ മോതിരവിരൽ അവൾ മുറിച്ചു കൊടുത്തു.

പിന്നെ താലികെട്ട്.

കഴുത്ത് മാത്രം മുറിച്ചുകൊടുക്കാൻ പറ്റാത്തതിനാൽ തലയടക്കം കഴുത്ത് അറുത്തു കൊടുത്തു.

22

മഴയും നിലാവും കണ്ണീരും

മഴ പെയ്യുന്ന കടൽ–
നിലാവ് പെയ്യുന്ന പുഴ–
കണ്ണീർ പെയ്യുന്ന നീ–
മൂന്നും മൂന്നല്ല.
നീ പുഴയോട് പുന്നാരം പറയുന്നു.
അപ്പോൾ കണ്ണീരും നിലാവും ഒന്നാവുന്നു.
പുഴ കടലിലേക്ക് പാഞ്ഞടുത്ത് സ്വയം
ഇല്ലാതാകുന്നു.
അപ്പോൾ കണ്ണീരും നിലാവും മഴയും ഒന്നിക്കുന്നു.

23

പഴയ കടം

അവൻ അവളെ കെണിവെച്ചു പിടിച്ചു.

ചിറകരിഞ്ഞു വീട്ടിനുള്ളിലാക്കി.

കമ്പിയഴികളും വലിയ പൂട്ടുള്ള ഗെയിറ്റും.

പുറത്തു പോകാതിരിക്കാൻ കാവൽ.

പോയാൽ തിരിച്ചറിയാൻ താലി കൊണ്ടൊരടയാളം.

കാലുകൾ തളച്ചിടാൻ പാദസരങ്ങൾ,

കൈകൾ കെട്ടിയിടാൻ വളകൾ.

ദുഃഖങ്ങൾ കൊറിച്ച്, കണ്ണീര് കുടിച്ച് അവൾ

ചോദിച്ചു: “എന്തിനാണ് എന്നെയീ തടവറയിലാക്കിയത്?”

അവൻ ചിരിച്ചു. പിന്നെ മൊഴിഞ്ഞു: “ നീ ഹവ്വ. ഞാൻ പണ്ടു പറിച്ചു തന്ന ഒരാപ്പിളിന്റെ കടം ബാക്കിയുണ്ട്.”

24

അനുരാഗം

“**നീ**ണ്ട തലമുടിയും കണ്ണുകളും മാത്രമേ ഞാൻ ക്യാൻവാസിൽ പകർത്തൂ.” അയാൾ പറഞ്ഞു.

“നീണ്ട തലമുടിയുടെ അറ്റം ഒരു പുഴപോലെ. അവിടെ തുഴയും തോണിയുമായൊരാൾ. കണ്ണുകൾ നീലാകാശമായി വരയ്ക്കും. അവിടെ ഉദിച്ചുയരും നക്ഷത്രമായൊരാൾ.

“എപ്പോഴാണ് വരയ്ക്കുക?” പുഴയുടെ ചില്ലു വാതിലുകൾ തുറന്ന് അവൾ ചോദിച്ചു.

“എന്നെങ്കിലും”

നീലാകാശത്തിന്റെ വാതിൽ തുറന്ന് അയാൾ പറഞ്ഞു.

25

അവൾ

അടുപ്പൂതിയൂതി കണ്ണുകൾ നിറയാത്തതിന് അവളെ വെറുതെ വിടുക.

വിറകായെരിയുന്നതവളാണ്.

കുനിഞ്ഞു നിന്ന് അരച്ചരച്ച് കൈകൾ കുഴയാത്തതിന് അവളെ ശിക്ഷിക്കാതിരിക്കുക.

അമ്മിയിലരയുന്നതവളാണ്.

കൂരിരുട്ടിൽ ഇത്തിരി വെളിച്ചം തന്നില്ലെന്നോതി അവളെ പഴിക്കാതിരിക്കുക.

ചിതയിലെ വെളിച്ചമായി ഇപ്പോൾ നിങ്ങളുടെ ഇരുള കറ്റുന്നതവളാണ്.

26

രണ്ടു ലോകങ്ങൾ

അയാൾ നിനച്ചു.

ഞാൻ വിളിച്ചു കൂവിയത് അവൾ കേട്ടിരിക്കും.

ഇപ്പോൾ വാതിൽപ്പാളികൾക്കുള്ളിൽ, കോണിക്ക് പിറകിൽ, ഇരുട്ടുമുറികളിൽ എന്നെത്തിരഞ്ഞ് അലയുകയാവും.

ഇത്തവണ അവൾക്കെന്നെ കണ്ടെത്താനാവില്ല.

ഈ കുഴിയിൽ മണ്ണിട്ട്, അതിന്നു മേലെ കല്ലുകൾ വെച്ച്, ഏറ്റവും മുകളിൽ രണ്ട് നൊച്ചിത്തൈകൾ കുഴിച്ചിട്ട്–

അപ്പോൾ ഇടുങ്ങിയ ആ ശവക്കുഴിയിൽ നിന്ന് അയാൾ അവളുടെ പൊട്ടിച്ചിരി കേട്ടു.

27

ഇനി ഞാൻ അവളെക്കുറിച്ച് കവിതകളെഴുതും

അവളുടെ തലയിൽ ഇരുമ്പുവടികൊണ്ട് സൗഹൃദത്തിന്റെ തലോടൽ.

–മുടിച്ചുരുളുകളിൽ ഇപ്പോൾ ചോരകൊണ്ടൊരു പനിനീർപ്പൂവ്.

അവളുടെ വായിൽ സ്നേഹത്തിന്റെ പട്ടുതൂവാല.

–ഹൃദയം നിറഞ്ഞിരിക്കുമ്പോൾ വാക്കുകൾക്ക് ക്ഷാമം. അവളുടെ വാക്കുകൾ പുറത്തു വരുന്നില്ല.

അവളുടെ മനോഹരമായ കഴുത്തിൽ സാന്ത്വനത്തിന്റെ വിരൽത്താലി.

–പൊട്ടിപ്പോകാതെ മുറുകുന്ന ബന്ധങ്ങളുടെ താലി.

ആകാശത്തിലിരുന്ന് ആടിക്കൊണ്ട്
അവൾ ഭൂമിയിലെ ദുരിതങ്ങളിലേക്ക് നോക്കുന്നു.
പനിനീർപ്പൂവിനെക്കുറിച്ചും
പട്ടുതൂവാലയെക്കുറിച്ചും
കെട്ടുതാലിയെക്കുറിച്ചും
ഇനി നമുക്ക് പാടാം. ഇനി ഞാൻ
അവളെക്കുറിച്ച് കവിതകളെഴുതും.

28

പ്രണയത്തിന്റെ തലവിധി

വാൻഗോഗ് കാതറുത്ത് അവൾക്കു നൽകി.

എന്നിട്ട് ചോരയിറ്റുന്ന ആ കത്തികൊണ്ടു തന്നെ അവളുടെ തലയറുത്ത് നടന്നു മറഞ്ഞു. തലപോയ പെണ്ണ് കഴുത്തിലെ താലി ആ തലയിലായിപ്പോയല്ലോ എന്ന് ദുഃഖിക്കുന്നു.

ഇത് പ്രണയത്തിന്റെ തലവിധി.

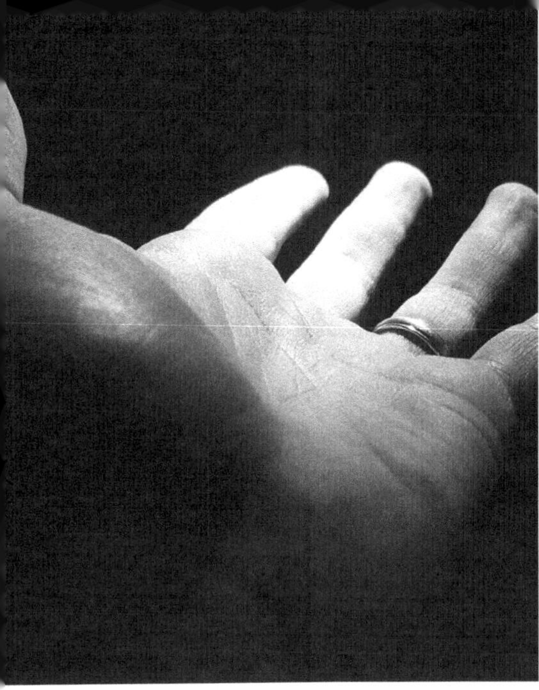

29

പനി

നിന്റെ തണുത്ത കൈ എന്റെ പൊള്ളുന്ന നെറ്റിയിൽ–
"എന്തൊരു പനി" നീ പിറുപിറുക്കുന്നു.
നിന്റെ പൊള്ളുന്ന കൈ എന്റെ പൊള്ളുന്ന നെറ്റിയിൽ
"പനി പടരുമെന്ന് നിനക്കറിഞ്ഞുകൂടായിരുന്നോ?" ഞാൻ കുറ്റപ്പെടുത്തുന്നു.
നിന്റെ തണുത്ത കൈ എന്റെ തണുത്ത നെറ്റിയിൽ–
എന്തൊരു സാന്ത്വനം!
മറ്റുള്ളവരുടെ പൊള്ളുന്ന വാക്കുകൾ ഇപ്പോൾ നാം കേൾക്കുന്നേയില്ലല്ലോ.

30

പ്രണയത്തിന്റെ ചിറകുകൾ

കിടപ്പറയ്ക്കരികെ ജാലകപ്പഴുതിലൂടെ ഒരു ചിത്രശലഭം എത്തി നോക്കി.

"ഞാൻ മരിച്ചാൽ നിന്നെ വന്നു നോക്കുന്നതിങ്ങനെ." അവൻ അവളോട് പറഞ്ഞു.

അവൾ സങ്കടക്കരച്ചിലിലൂടെ അവനോടോതി.

"അരുത്, അങ്ങനെ പറയരുത്."

"പിന്നെ എനിക്ക് നിന്റെയടുത്ത് വന്ന് കിടക്കാൻ പറ്റുമോ?" മറുപടി പറഞ്ഞത് ചിത്രശലഭമായിരുന്നു.

31

കളിത്തോണി

ആകാശത്തിന്റെ കഷണം ചീന്തിയെടുത്ത് മടക്കി ഒരു കളിത്തോണി താഴേക്ക്–

“വെള്ളമില്ലാ ദിക്കിൽ വള്ളം നടക്കുമോ?”

പഴയ കവിതയുടെ വരിയിൽ നീ.

മേലെ നീ കാണുന്ന രണ്ടു നക്ഷത്രങ്ങൾ എന്റെ കണ്ണുകൾ.

നിന്റെ ഇറയത്ത് എന്റെ കണ്ണീരുറ്റിയുറ്റി പ്രളയം.

അവിടെ നിന്റെ തോണി.

ദുഃഖത്തിന്റെ ഒരു കുനിയനുറുമ്പ് തോണിയിൽ

ഒടുവിൽ ആകാശത്തിന്റെ കവാടം തുറന്ന് എന്റെ കൈ നീണ്ടു നീണ്ടു ദുരിതങ്ങളുടെ ഭൂമിയിലേക്ക്–

ദുഃഖത്തിന്റെ കുനിയനുറുമ്പും തോണിയും തോണിയിറക്കിയ നീയും ഇപ്പോൾ എന്റെ കൈകളിലൂടെ മേലേക്ക് മേലേക്ക്.

32

കള്ളൻ

കൊച്ചുകുട്ടിയെപ്പോലെ കളിത്തോക്കുമായവൻ.

വന്നപ്പോൾ ഞാനെന്റെ കണ്ണുകൾ തുറന്നു കൊടുത്തു.

തോണിയിറക്കാൻ–

കുറ്റവാളിയെപ്പോലെ പമ്മിപ്പമ്മിയവൻ വന്നപ്പോൾ ഞാനെന്റെ മുടി വിതർത്തിയിട്ടു.

അവനൊളിക്കാൻ–

കണ്ണുകളും തലയും മാത്രമല്ല എന്റെ ഓരോ അവയവങ്ങളും ബ്രീഫ്കെയ്സിലാക്കി അവൻ പടിയിറങ്ങുംനേരം അലസമായി മെത്തയിൽ കിടന്നു ഞാൻചോദിച്ചു:

"ഇതെന്താ ഇങ്ങനെ?"

അവൻ പറഞ്ഞു: "ഇതാണ് പ്രണയം."

33

കൂട്ട്

ജനിച്ചത് മുതൽ നിന്നെ പ്രതീക്ഷിച്ചാണ് ഓരോ നിമിഷവും പിന്നിട്ടത്.

എന്നും എപ്പോഴും നീ മാത്രമായിരുന്നു മനസിൽ.

ഒടുവിലൊരുനാൾ നീയെത്തി എന്റെ കൈപിടിച്ചപ്പോൾ ഞാനില്ലാതായി.

ഞാനില്ലാതായപ്പോൾ ഈ ലോകവുമില്ലാതായി. അങ്ങനെ നീയുമില്ലാതായി.

ഒറ്റയ്ക്കാവുന്നതാണ് അതുകൊണ്ട് എപ്പോഴും നല്ലത്.

34

പ്രകാശം

ആകാശത്തേക്ക് വിരൽചൂണ്ടി അവൻ മൊഴിഞ്ഞു.

"ആ നക്ഷത്രത്തെ നോക്കൂ. നമ്മെ നോക്കി കൺചിമ്മുന്ന ആ നക്ഷത്രം പൊലിഞ്ഞുപോയിട്ട് വർഷങ്ങളെത്രയായെന്നോ? അതിന്റെ പ്രകാശം ഭൂമിയിലേക്കെത്താൻ എത്ര വർഷങ്ങൾ!"

"ഇപ്പോൾ ഇല്ലാത്ത ഒരു നക്ഷത്രത്തെയാണ് നാം കാണുന്നത്." അവൻ പറഞ്ഞു.

അടുത്തിരിക്കുന്ന അവളൊന്നും ഉരിയാടാത്തതെന്തേ എന്ന ചിന്തയിൽ അവൻ അവളെ നോക്കി.

അവളവിടെ ഉണ്ടായിരുന്നില്ല.

വർഷങ്ങൾക്ക് മുൻപുള്ള അവളുടെ ചിരിയുടെ പ്രകാശത്തിൽ കുളിച്ച് അവൻ തനിയെ.

35

ഒരു പ്രണയകഥ

ഒരു ബോംബ്സ്ഫോടനത്തിന്റെ വെളിച്ചത്തിലാണ് ഞാൻ നിന്റെ മുഖം ആദ്യമായി കാണുന്നത്.

സ്ഫോടനത്തിന്റെ ശബ്ദത്തിലാണ്

ഞെട്ടിത്തെറിച്ച് നാം പരസ്പരം കെട്ടിപ്പിടിക്കുന്നത്.

ശബ്ദവും വെളിച്ചവും നമ്മെത്തേടിയെത്തിയെത്തിയപ്പോഴാണ് നമ്മൾ ഒന്നായി കിടന്നുരുണ്ട് പ്രണയത്തിന്റെ തീവ്രതയിൽ പൊട്ടിച്ചിതറി ഇല്ലാതാവുന്നത്.

36

മരണത്തിന്റെ മാലാഖ വെറുതെയിരിക്കുന്നു

കീറിയിട്ട കടലാസുപോലെ ഇപ്പോൾ കഷ്ണങ്ങളായി ആകാശങ്ങൾ.

എറിഞ്ഞുടയ്ക്കപ്പെട്ട ചില്ലുകളായി ഉതിർന്ന് വീണ് കെട്ടുപോയ നക്ഷത്രങ്ങൾ.

വിരഹത്തീയിൽ വെന്തുനീറിയ പെണ്ണിന്റെ കണ്ണീരുപോലെ വറ്റിപ്പോയ സമുദ്രങ്ങൾ.

പിരിയിളകി ഭൂമിയിൽ നിന്ന് വേർപെട്ടുപോയ പർവതങ്ങൾ

ഇടിഞ്ഞുപൊളിഞ്ഞ് ഇല്ലാതായ്പോയ ഭൂമിയിൽ നിന്ന് ഞാൻ സ്നേഹത്തിന്റെ ഒരു വിരൽ നീട്ടി നിന്നെ തൊടുന്നു.

അപ്പോൾ ആകാശം മേലാപ്പായിവീണ്ടും.

കണ്ണുചിമ്മി നക്ഷത്രങ്ങൾ വീണ്ടും.

ആഹ്ലാദത്തിന്റെ നുരച്ചിരിയുമായി കടൽ വീണ്ടും.

ഞാനും നീയും ഒന്നിക്കുമ്പോൾ ഒരു പണിയും ചെയ്യാനില്ലാത്തതിനാൽ മരണത്തിന്റെ മാലാഖ വെറുതെയിരിക്കുന്നു.

37

രഹസ്യം

"രണ്ടറ്റവും കത്തുന്ന ഒരു മെഴുകുതിരിയാണ് ഞാൻ"
ഇരുട്ടിൽ അയാൾക്ക് പ്രകാശം പരത്തിക്കൊണ്ട് അവൾ പറഞ്ഞു.
അയാൾക്ക് സഹിച്ചില്ല.
അയാൾ അവളെ ഊതിക്കെടുത്തി.
അങ്ങനെയാണ് അയാൾ ഒറ്റയ്ക്കായത്.

38

ഞാൻ പ്രണയിച്ചത് നിന്നെയല്ല

“എന്റെ കാഴ്ച മങ്ങിയിരിക്കുന്നു.”
–അതിന് ഞാൻ നിന്റെ കണ്ണുകളെയല്ലല്ലോ പ്രണയിച്ചത്.
“എന്റെ മുടി നരച്ചിരിക്കുന്നു.”
–അതിന് ഞാൻ നിന്റെ തലമുടിയെയല്ലല്ലോ പ്രണയിച്ചത്.
“എന്റെ തൊലി ചുക്കിച്ചുളിഞ്ഞിരിക്കുന്നു.”
–അതിന് നിന്റെ ശരീരത്തെയല്ലല്ലോ ഞാൻ പ്രണയിച്ചത്.
“ഞാൻ മരിച്ചിരിക്കുന്നു.”
–അതിന് ഞാൻ നിന്നെയല്ലല്ലോ പ്രണയിച്ചത്.

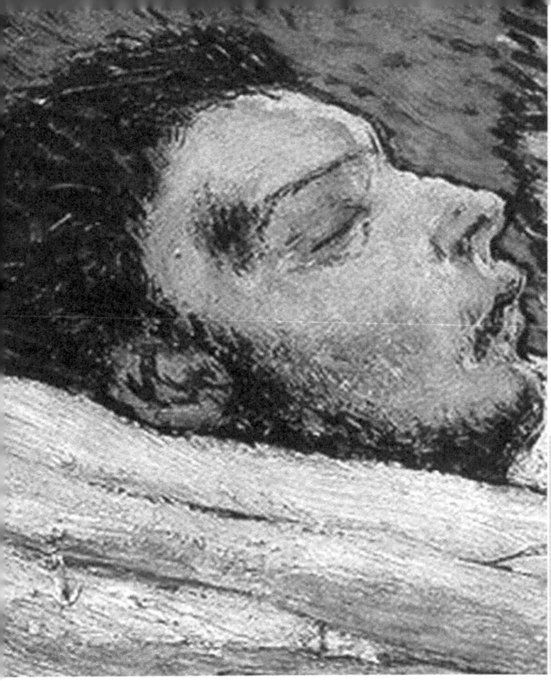

39

മരണമൊഴി

ആശുപത്രിക്കിടക്കയിൽ നിന്ന് അവന്റെ മരണമൊഴി ഇങ്ങനെ–

സന്ധ്യാസമയമായിരുന്നു.

ദൂരെ വിരൽചൂണ്ടി ഞാൻ കാണിച്ചു കൊടുത്തു. “മല കത്തുന്നു.”

ആളുന്ന തീയിന്റെ സൗന്ദര്യം

നെഞ്ചിലേക്ക് സ്വയം വിരൽചൂണ്ടി അവൾ മൊഴിഞ്ഞു. “മനസ്സ് കത്തുന്നു.”

നേരാണോ എന്ന് നോക്കാൻ അവളെ ഒന്ന് തൊട്ടതായിരുന്നു.

വിരലഞ്ചും കത്തി, ശരീരം വെന്ത് ഇങ്ങനെ.

വാക്കുകളുടെ വക്കൊടിഞ്ഞു

പിന്നെ അവൻ കണ്ണുകളടച്ചു.

40

വരം

അവൻ അവളോട് പറഞ്ഞു.

'ചിങ്ങവെയിലിൽ തുമ്പികൾ കൂട്ടമായി വട്ടംചുറ്റി പാറി നടക്കുന്നത് കാണണം."

"കാണാലോ" അവൾ ചിങ്ങവെയിലിനെയും തുമ്പികളെയും കൈ കൊണ്ട് മാടിവിളിച്ചു.

ഭൂതകാലത്തിന്റെ ഏതോ ഇരുണ്ടമാളത്തിൽ നിന്ന് തുമ്പികളും ഋതുക്കളുടെ ഏതോ മടക്കുകളിൽ നിന്ന് ചിങ്ങവെയിലും ഓടിയെത്തി.

അവന്റെ മുന്നിൽ ചിങ്ങവെയിലിൽ

തുമ്പികൾ വട്ടംചുറ്റി പാറി നടന്നു.

"ഇനിയെന്താണ് നിന്റെ മോഹം?"

അവൾ ചോദിച്ചു.

അവൻ പറഞ്ഞു. "എനിക്കൊരു കുട്ടിയാകണം. നീയെന്റെ അമ്മയാകണം."

അവൾ കാലത്തിന്റെ റിവേഴ്സ് ബട്ടണമർത്തി.

അവനൊരു കുട്ടിയായി.

അവൾ അമ്മയാകുന്നതിന് പകരം സൂപ്പർമാർക്കറ്റുകളിൽ നിന്ന് തൊട്ടിലും കാസറ്റ് കടയിൽ നിന്ന് താരാട്ടു പാട്ടുകളും മുലപ്പാൽ ബാങ്കിൽ നിന്ന് അമ്മിഞ്ഞപ്പാലും വാങ്ങി അവന് നൽകി.

അവൾക്ക് നിത്യയൗവനം.

41

മൂന്നാമത്തെ രാത്രി

ആദ്യരാത്രി ആദ്യരാത്രി തന്നെ.

രണ്ടാമത്തെ രാത്രി ആദ്യരാത്രിയെപ്പോലെ തന്നെ.

മൂന്നാമത്തെ രാത്രിയാണ് കഥ നടക്കുന്നത്.

അവളുടെ സൗന്ദര്യം വലിച്ചൂറ്റിക്കുടിച്ച് അയാൾ അവശേഷിച്ച അവളെ ജാലകവാതിൽ തുറന്ന് പുറത്തേക്ക് വലിച്ചെറിഞ്ഞു.

അയാളുടെ കരുത്ത് ഊറ്റിയെടുത്ത് ബാക്കിയായ അയാളെ അവൾ ചവറ്റുകൊട്ടയിലേക്കിട്ടു.

42

കൊട്ടാരം

നിന്റെ കണ്ണുകളുടെ ആഴത്തിൽ
ഞാൻ മുങ്ങിമരിക്കുന്നു.
നിന്റെ തലമുടിയുടെ നിബിഡതയിൽ
എന്റെ വഴി തെറ്റുന്നു.
നിന്റെ പൊക്കിൾച്ചുഴിയിൽ
ഞാൻ ആഴ്ന്നാഴ്ന്ന് പോകുമ്പോൾ
ഒരാലിലയ്ക്കും എന്നെ രക്ഷിക്കാനാവുന്നില്ല.
പ്രണയമെന്നാൽ കടലിന്നടിയിലെ കൊട്ടാരമാണ്.

43

സൗന്ദര്യം

“രാത്രിയൊളിച്ച നിന്റെ തലമുടിക്ക് എന്തു ഭംഗി?”

അവൻ പറഞ്ഞു.

അവൾ ഒരു കത്രികയെടുത്ത് തന്റെ തലമുടിയത്രയും മുറിച്ചെടുത്ത് അയാൾക്ക് നൽകി.

“നിന്റെ കണ്ണുകൾ ചലിക്കുന്ന രണ്ട് പരൽ മീനുകൾ” അവൻ പറഞ്ഞു.

അവൾ ഒരു കത്തിയെടുത്ത് ചൂഴ്ന്ന് രണ്ടു കണ്ണുകളും അയാളുടെ കൈകളിൽ വെച്ചുകൊടുത്തു.

നിന്റെ മൂക്ക്–

നിന്റെ കാതുകൾ–

നിന്റെ തൊലി–

അയാൾ പ്രശംസിക്കുന്നതനുസരിച്ച് ഓരോന്നോരോന്നായി അവൾക്ക് നഷ്ടപ്പെടുകയായിരുന്നു.

ഒടുവിൽ അയാൾ നോക്കുമ്പോൾ അവൾ വിരൂപമായ ഒരു മാംസത്തുണ്ട്.

അതുകൂടി തൂക്കിവിറ്റ് നടക്കുമ്പോൾ അയാൾ പിറുപിറുക്കുന്നുണ്ടായിരുന്നു.

‘എ തിങ്ങ് ഓഫ് ബ്യൂട്ടി ഈസ് എ ജോയ് ഫോർ എവർ.’

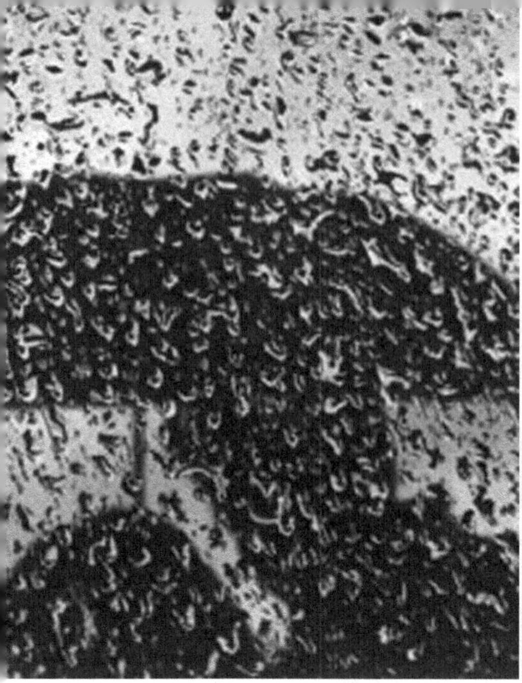

44

മഴ

അവൾ പെയ്യാൻ തുടങ്ങി.

"എന്റെ കണ്ണീരാണ് ഇറയത്ത് ഉറ്റവീഴുന്നത്.

എന്റെ നെടുവീർപ്പുകളാണ് കാറ്റായി വീശുന്നത്–

എന്റെ രോഷമാണ് ഇടിയൊച്ചയായി കേൾക്കുന്നത്."

അവളുടെ പെയ്തുതീരുന്ന വാക്കുകളത്രയും ശ്രവിച്ച് തന്നോട് തന്നെ അയാൾ പറഞ്ഞു. "ഇനി ഒന്നേ ചെയ്യാനുള്ളൂ."

എന്നിട്ട് അയാൾ സ്വയം ഒടിഞ്ഞു മടങ്ങി ഒരു കടലാസ്സ് തോണിയായി മാറി അവളിലൂടെ ഒഴുകാൻ തുടങ്ങി.

45

ഒറ്റയ്ക്ക്

ഏഴാകാശങ്ങളും ഏഴ് ഭൂമികളും സ്വന്തമായുള്ള ദൈവം ഒറ്റയ്ക്കാണ്.

മനസിൽ കടൽപോലെ സ്നേഹം നിറയുമ്പോൾ നീയും ഒറ്റയ്ക്കാകുന്നു.

ഒറ്റയ്ക്കാവുക എന്നാൽ ഈ ലോകത്തിലെ ഏറ്റവും കരുത്തനാവുക എന്നാണർഥം.

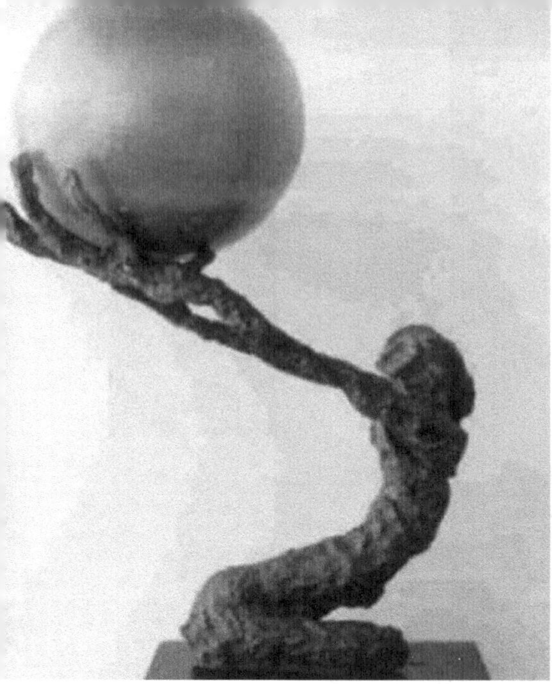

46

പ്രണയമിങ്ങനെ

ഉണർച്ച

നിനക്കെന്നിൽ നിന്ന് രക്ഷപ്പെടാനാവില്ല. ഏഴാകാശങ്ങളിലും ഏഴ് ഭൂമിയിലും ഞാൻ നിന്നെത്തേടിയെത്തും.

പൊക്കിൾക്കൊടി മുതൽ പള്ളിക്കാടുവരെയുള്ള പ്രയാണത്തിൽ എത്ര അകറ്റി നിർത്താനാശിച്ചാലും ഞാൻ അടുത്തു തന്നെയുണ്ടാകും.

നിനക്കെന്നിൽ നിന്ന് വിട്ട് വേറൊരു ജീവിതമില്ല.

നീ ഞാൻ തന്നെയാകുന്നു.

ചായ്പ്

ഇരുൾ തിങ്ങി നിൽക്കുന്ന ചായ്പിൽ ഒളിച്ചിരിക്കാമെന്നത് നിന്റെ വ്യാമോഹം.

കത്തിയുടെ വാൾത്തലയുടെ തിളക്കമായി, വെളിച്ചമായി ഞാൻ നിന്നെത്തേടിയെത്തുന്നു.

ചായ്പിലെ ഇരുളകലുന്നു.

പ്രകാശംകൊണ്ടൊരു സുന്ദരമേനി.

കുളിമുറി

കുളിമുറിയിൽ നീ വിവസ്ത്രയായപ്പോൾ മണ്ണെണ്ണയായി ഞാൻ നിന്നെത്തേടിയെത്തി.

നിന്റെ ശരീരത്തിലെ നിമ്നോന്നത തേടി മണ്ണെണ്ണത്തുള്ളികൾ നിനക്ക് കുളിരുന്നു.

പിന്നെ ഒരു ജ്വാലയായി നിന്റെ ശരീരത്തിലാകമാനം പടർന്നു ഞാൻ.

ജ്വാലയുടെ ഒരു വസ്ത്രമായി
നിന്നെ മൂടിപ്പൊതിയുന്നത് ഞാൻ
നിന്റെ കുളികഴിയുന്നു.
ഒരു കളിയും.

അടുക്കള

പൊട്ടിത്തെറിക്കുന്ന പ്രായത്തിൽ എന്നിൽ നിന്ന് ആയിരം പ്രകാശ വർഷങ്ങൾക്കപ്പുറത്താണെന്ന ധൈര്യത്തിൽ നീ.

അടുക്കളയിൽ നീ പാകം ചെയ്യുന്നത് ആത്മാവിന്റെ ഭക്ഷണമല്ലല്ലോ.

പൊടുന്നനവെ രൂപാന്തരം പ്രാപിച്ച് ഒരു സ്റ്റൗവായി പൊട്ടിച്ചിതറി ഞാൻ.

സ്നേഹം പൊട്ടിച്ചിതറലും കലങ്ങിമറിയലുമാണ്.

മറ്റൊന്നുമല്ല.

ഉറക്കറ

വാതിലടച്ച്, എല്ലാ കിളിവാതിലുകളുമടച്ച്, മുറിയിൽ തനിയെ സുരക്ഷിതയായി നീ.

ഒറ്റയ്ക്കായിരിക്കുക എന്തൊരു സുഖമാണല്ലേ?

മുകളിലോട്ട് ആകാശക്കീറിലേക്ക് ഒരു വാതിൽ തുറക്കുന്നു.

പാവം!

നീ തൂങ്ങിയാടുന്നതുപോലും എന്നിലാണ്.

നിന്റെ കാൽ തറയിൽ തൊടാതെ.

രണ്ട് കൈകളിലേയും വിരലുകളിൽ പിടിച്ച് ഒരു കുഞ്ഞിനെ തറയിൽ നിന്നുയർത്തി ആട്ടുന്ന അഭിമാനം എന്റേതാണ്.

നിന്റെ ഭാരം ഇപ്പോൾ എന്നിൽ.

യാത്ര

നീ യാത്രയ്ക്കൊരുങ്ങുന്നു.
അപ്പോൾ ഒരു മയ്യത്ത് കട്ടിലായി ഞാൻ
നീ ശയിക്കുന്നതെന്നിലാണല്ലോ.
യാത്ര തുടരുകയാണ്
ലാ ഇലാഹ ഇല്ലല്ലാ...........
ലാ ഇലാഹ ഇല്ലല്ലാ...........

ഒരു കുട്ടിയുടെ കൗതുകത്തോടെ നീ ഒന്നും എന്നോട് ചോദിക്കുന്നില്ല.

രതിയുടെ മൂർച്ഛയിൽ കണ്ണുകളടച്ച്, കാതുകളടച്ച്, ശരീരത്തിന്റെ കിളിവാതിലുകളത്രയും അടച്ച് നീ.

നീ ഇപ്പോൾ എന്നിലാണ്.

ഉറക്കം

ശ്ശ്– ശല്യമുണ്ടാക്കരുത്.
നീ ഉറങ്ങുകയാണ്.
നൊച്ചിൽച്ചെടികൾ നിന്നിലേക്ക് വേരിറക്കേണ്ട.
പക്ഷികൾ നിന്റെ മേലെ പാറി നടക്കേണ്ട.
ഉറങ്ങ്.
നീ സ്വസ്ഥമായുറങ്ങ്.
നിനക്ക് ഒരു മീസാൻകല്ലായി ഞാനിതാ
കാവലിരിക്കുന്നു.
അനന്തമായ കാവൽ.

47

മയിൽപ്പീലി

മയിൽപ്പീലി പുസ്തകത്തിൽ പെറ്റുപെരുകുമെന്ന് നീ. പുറംചട്ട പോയ ദ്രവിച്ച, വാലൻ മൂട്ടകളിഴഞ്ഞു നടക്കുന്ന നീയാകുന്ന പുസ്തകത്തിനുള്ളിൽ മറ്റൊരു മയിൽപ്പീലിയായി പെറ്റുപെരുകി ഞാൻ.

48

നീ

കണ്ണാടിയിൽ ഞാൻ എന്നെത്തന്നെയാണ് കാണുന്നത്.

കണ്ണാടി കാണുന്നില്ല

അതുകൊണ്ട് കണ്ണാടിയില്ല. ഞനേയുള്ളൂ.

നിന്നിൽ ഞാൻ എന്നെത്തന്നെയാണ് കാണുന്നത്. നിന്നെ കാണുന്നില്ല.

അതുകൊണ്ട് നീയില്ല. ഞാനേയുള്ളൂ.

ഒരു കണ്ണാടിപോലെ നിന്നെ ഞാൻ എറിഞ്ഞുടയ്ക്കാം.

നുറുങ്ങിയ കഷണങ്ങളായി നീയെന്റെ കരളിൽ തറയ്ക്കുക.

അപ്പോൾ നീയൊരു വേദനയായി എന്നിലുണ്ടാവും.

49

നിർവൃതി

അവസാനം സമുദ്രം പുഴയോട് ചോദിച്ചു:
"നീ വന്നു അല്ലേ?"
പക്ഷേ പുഴ ഒന്നും മിണ്ടിയില്ല.
കാരണം പുഴ അപ്പോഴേക്കും സമുദ്രത്തിൽ ലയിച്ചു കഴിഞ്ഞിരുന്നു.

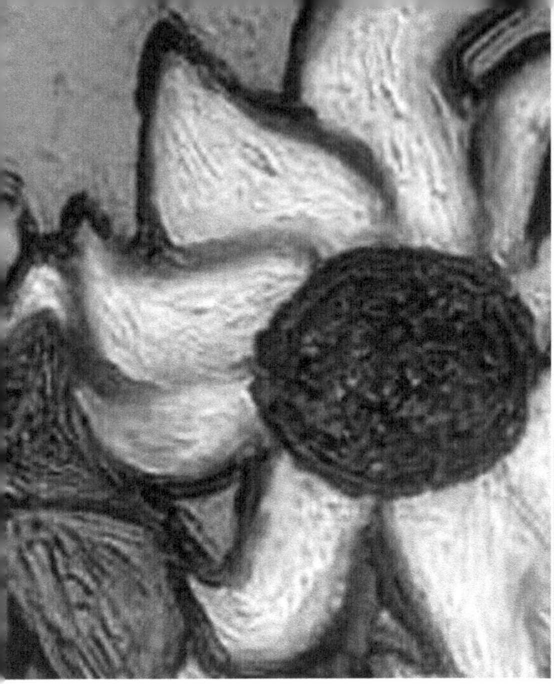

50

കാമുകി

എനിക്ക് വിശന്നപ്പോൾ ലില്ലിപ്പൂക്കളും
പനിനീർപ്പൂക്കളും ഭക്ഷിക്കാൻ തന്നു.
എനിക്ക് ദാഹിച്ചപ്പോൾ ഒരു ഗ്ലാസ്സ്
കണ്ണുനീർ തന്നു.

ഞാൻ തളർന്നപ്പോൾ കിനാവുകൊണ്ട് മെടഞ്ഞ മെത്തപ്പായിലെന്നെ കിടത്തി.

ഞാനൊരു കലാകാരന്റെ കാമുകിയായിരുന്നു.

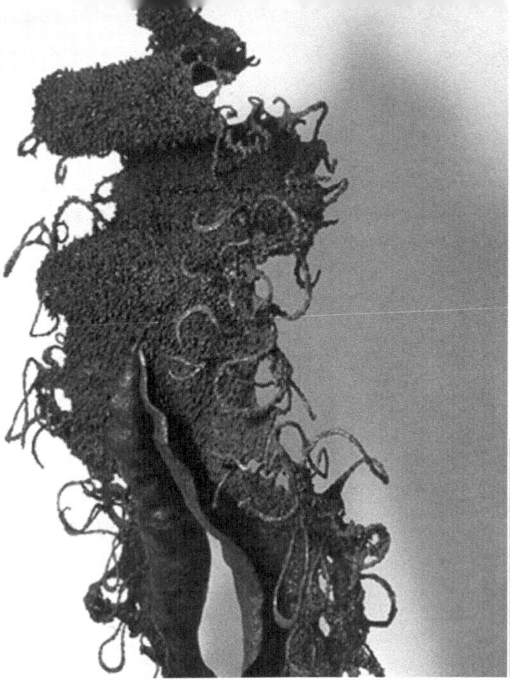

51

നിന്റെ ചിത്രവും നീയും

ആദ്യം നിന്നെ സ്നേഹിച്ചപ്പോൾ നിന്റെ ചിത്രം കണ്ണാടിയിൽ ഫ്രെയിം ചെയ്തു വെച്ചു.

പിന്നെ സ്നേഹത്തിന്റെയൊടുവിൽ എന്നെത്തന്നെയെറിഞ്ഞുടച്ചു ബാക്കിയായ എന്റെ ഫ്രെയിമിൽ നിന്നെ കുടിയിരുത്തി.

52

അവൻ

ജനലിനരികെ ഉറങ്ങാൻ കിടന്ന അവളുടെ അരികിലെത്തി അവളുടെ കാതറുത്ത്, പോകാൻനേരം അവൻ പറഞ്ഞു:

'പണ്ട് ഞാൻ കാതറുത്ത് തന്നതിനു പകരം.'

എന്നിട്ട് അവൻ സൂര്യകാന്തിപ്പൂക്കൾക്കിടയിലേക്ക് മറഞ്ഞു.

53

ദൂരെ

ഒളിച്ചു കളി ആദ്യം കതകിനുള്ളിൽ.
പിന്നെ,
ഭൂമിയുടെ കതകുകൾ തുറന്ന്.
ദൂരെയെവിടെയോ

54

പ്രണയം ഇങ്ങനെയും ആകാം

ഒരുപാട് കാലംശേഷം ഒടുവിലൊരുനാൾ അവൻ വാതിലിൽ മുട്ടി.

അവൾ വാതിൽ തുറന്ന് ഒരു നിമിഷം അവനെ നോക്കി.

ദൈവമേ–

പിന്നെ അവൾ മനസാന്നിധ്യം വീണ്ടെടുത്ത് അവളുടെ മനസ്സ് തുറന്നു.

മനസിനുള്ളിൽ പൊടിപിടിച്ചു മറഞ്ഞു കിടന്ന അവനെ പൊടിതട്ടി പുറത്തെടുത്തു.

ഇപ്പോൾ അകത്തൊരാളും

പുറത്തൊരാളും.

കണ്ണാടിയിൽ നോക്കി സംസാരിക്കുന്നതു പോലെ–

അകത്തേയാൾ ചോദിച്ചു: "നീയാര്?"

പുറത്തേയാളും അതേ ചോദ്യം ചോദിച്ചു.

രണ്ടുപേരെയും നോക്കി അവൾ പിറുപിറുത്തു.

"പ്രണയം റൂമിയുടെ കഥയിലെപ്പോലെ നീയും ഞാനും ഒന്നാകുന്നതല്ല. നീ തന്നെ അമീബയെപ്പോലെ മുറിഞ്ഞ് രണ്ടാകുന്നതാണ്."

55

പ്രണയത്തിന്റെ ഇലകൾ

"ഈ വൃക്ഷത്തിന്റെ ഒരിലയിൽ നിന്റെ പേരുണ്ട്. കാറ്റായി വന്ന് ഞാനത് കൊഴിച്ച് താഴെയിടട്ടെ."

"വേണ്ട"

"പിന്നെ?"

"അതിന്റെ തൊട്ടടുത്ത ഒരിലയിൽ നിന്റെ പേരുകൂടി കുറിച്ചിടാൻ ദൈവത്തോട് പറയുക."

"എന്തിന്? ഒന്നിച്ചു കൊഴിയാനോ?"

"അല്ല. ഞാൻ കൊഴിഞ്ഞുവീഴുമ്പോഴും ആ മരച്ചില്ലയിൽ നീയുണ്ടാകണം. ഞാൻ വളമായി മാറി വേരിലൂടെ നിന്നിലേക്ക് തന്നെ എത്തിച്ചേരാം."

56

ആദ്യരാത്രി

മെത്തയിൽ മുല്ലപ്പൂക്കളും ജാലകത്തിനപ്പുറത്ത് നക്ഷത്രപ്പൂക്കളും.

മേശപ്പുറത്ത് നിറഞ്ഞൊഴുകാൻ വെമ്പുന്ന ഒരു ഗ്ലാസ് പാൽ.

“ഇത് നമ്മുടെ ആദ്യരാത്രിയാണ്.” അവളുടെ കാതിൽ അയാൾ മന്ത്രിച്ചു.

അവളുടെ കരങ്ങൾ അയാളുടെ മുഖം തലോടി. പിന്നെ അയാളുടെ രണ്ടുകണ്ണുകളും അവൾ പതുക്കെ ചൂഴ്ന്നെടുത്തു.

അയാളാകട്ടെ ആ നേരം അവളുടെ നാവ് പറിച്ചെടുക്കുകയായിരുന്നു. നോവിക്കാതെ.

പിന്നെ എന്നും അവരുടെ പകലിരവുകൾക്ക് മുല്ലപ്പൂവിന്റെ സുഗന്ധം.

നക്ഷത്രപ്പൂക്കളുടെ ശോഭ.

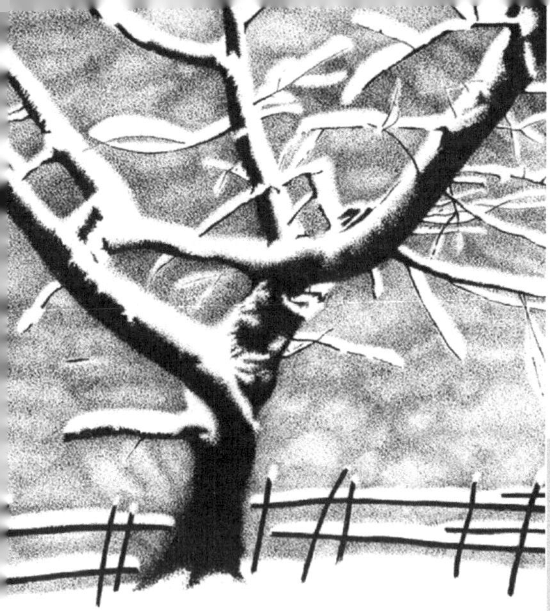

57

പണ്ട് പണ്ട്

പണ്ട്, നമുക്കിടയിൽ വസ്ത്രങ്ങൾ പരസ്പരം നമ്മെ ഒളിപ്പിച്ചു വച്ചില്ലേ?

പണ്ട് നമുക്കിടയിൽ ശരീരങ്ങൾ പരസ്പരം നമ്മെ ഒളിപ്പിച്ചില്ലേ?

ഇപ്പോൾ,

ഈ മരച്ചില്ലയിൽ രണ്ട് ആത്മാക്കൾ വസ്ത്രങ്ങളില്ലാതെ, ശരീരങ്ങളില്ലാതെ ഒന്നും പരസ്പരം ഒളിപ്പിക്കാനില്ലാതെ–

ഇപ്പോൾ മരച്ചില്ലയിൽനിന്ന് ഒരശരീരി–

"ഇല്ല രണ്ട് ആത്മാക്കൾ ചേർന്ന് ഇമ്മിണി വലിയ ഒരാത്മാവായിത്തീരാത്തിടത്തോളം കാലം ഒന്ന് മറ്റൊന്നിൽ നിന്ന് എല്ലാം ഒളിച്ചുവെയ്ക്കുക തന്നെയാണ്."

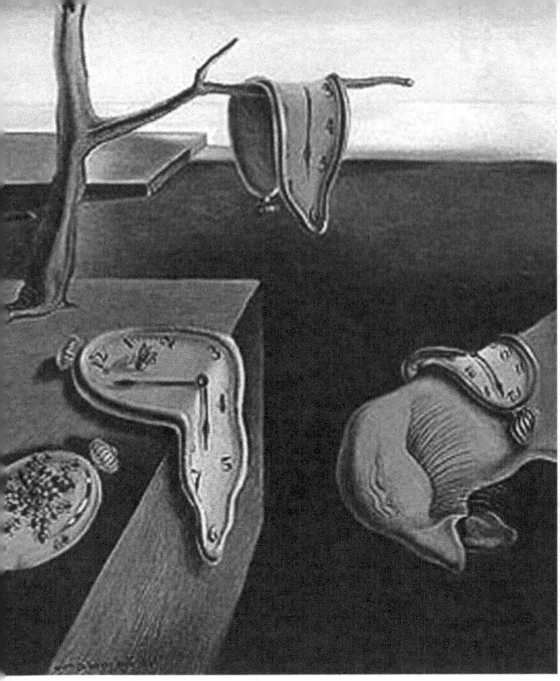

58

യാത്ര പോകുമ്പോൾ ആരും ഒറ്റയ്ക്കല്ല

അയലിൽ സാൽവദോർ ദാലിയുടെ ഉരുകുന്ന ഘടികാരമുണ്ട്.

മേശപ്പുറത്ത് സോക്രട്ടീസ് കുടിച്ചു മാറ്റിവെച്ച വിഷക്കോപ്പയുണ്ട്.

പുറത്ത് തുരുതുരാ ആരോ മുട്ടുന്നുണ്ട്.

വാതിൽ തുറക്കും മുൻപ്–

കുളിച്ച് വെളുത്തവസ്ത്രം ധരിക്കേണ്ടതുണ്ട്. കഴുത്തിൽ മുല്ലപ്പൂ മാല ചൂടേണ്ടതുണ്ട്. പുറത്ത് നിന്ന് ഏതോ വാഹനത്തിന്റെ ഹോണടി നിർത്താതെ കേൾക്കുന്നുണ്ട്.

വാഹനത്തിൽ കയറും മുമ്പ്–

പളുങ്കുനദിയിൽ നീന്തിക്കുളിക്കേണ്ടതുണ്ട്.

പെട്ടെന്ന്–

വാഹനത്തിന്റെ ഹോണടി നിൽക്കുന്നു. വാതിൽപ്പാളികൾ തനിയെ തുറക്കുന്നു.

ദൈവമേ, അവൾ–

അവൾ പറയുന്നു, "ഒടുവിൽ നിനക്ക് പോകാനുള്ള ദിവസം ഞാനിതാ എത്തിയിരിക്കുന്നു."

അവനുനേരെ വെളിച്ചത്തിന്റെ വിരലുകൾ–ആ വിരലുകളിൽ തൂങ്ങിപ്പിടിച്ച് പട്ടണം കാണാൻ ഇറങ്ങിത്തിരിച്ച ഒരു കുഞ്ഞിനെപ്പോലെ–

ആഹ്ലാദത്തോടെ വാതിൽപ്പുറത്തേക്ക് കടക്കുമ്പോൾ അവൻ ഒറ്റയ്ക്കായിരുന്നില്ല.

59

മരിച്ചവരുടെ പനിനീർപ്പൂക്കൾ

ഖബറടക്കത്തിനുശേഷം ആളുകളൊഴിഞ്ഞു പോയിരുന്നു. പുതിയ മണ്ണ്, രണ്ട് മീസാൻകല്ലുകൾ. ഖബറിനു മീതെ ആകാശത്തിന്റെ കണ്ണീരുപോലെ മഴനാരുകൾ. കുറച്ച് മുമ്പ് തേങ്ങലടക്കി നിശ്ശബ്ദമായി ഒരാൾക്കൂട്ടം അവിടെയുണ്ടായിരുന്നു.

മയ്യത്ത് ഖബറിൽ വെച്ച് അതിനുമീതെ ഏറ്റവുമടുത്തവർ മൂന്നു പിടി മണ്ണുവാരിയിട്ടു. പിന്നെ മൃതദേഹം മണ്ണിട്ടു മൂടി.

പിന്നെ ഏറെനേരം അവർ പ്രാർഥിച്ചു.

–ഖബറിൽ നിന്നുള്ള ചോദ്യങ്ങളെ നീ എളുപ്പമാക്കിക്കൊടുക്കേണമേ.

–ഖബറിന്റെ ഇടുക്കം നീ വിസ്താരമാക്കിക്കൊടുക്കേണമേ.

പതുക്കെ ആൾക്കൂട്ടത്തിന്റെ കാലടികളകന്നു. മൂന്നുപിടി മണ്ണുവാരിയിടുന്നതോടെ മനസിലെ ഓർമകൾക്ക് മീതെയും മണ്ണിടുകയാണ്. മരിച്ചവനെ വിട്ട് വീണ്ടും അവർ ജീവിതത്തിന്റെ പെരുവഴിയിലൂടെ നടക്കുകയാണ്.

ഇപ്പോൾ പള്ളിക്കാട്ടിലൊരിടത്ത് അടയാളങ്ങളായിട്ട രണ്ട് മീസാൻകല്ലുകൾക്കിടയിൽ ഭൂമിയോളം താഴ്ന്ന്, ഭൂമിയിൽ നിന്നും താഴ്ന്ന് അവനുറങ്ങുകയാണ്.

ഒരുവേള, മറ്റൊരു ലോകത്തിലെത്തിയ സ്വപ്നങ്ങളാവാം അവൻ ഖബറിനുള്ളിൽ നിന്ന് കാണുന്നത്.

ഖബറിനു പുറത്ത് എന്താണ് നടക്കുന്നതെന്ന് അവൻ അറിയുന്നുണ്ടാകുമോ? ഇപ്പോൾ മഴ നിലച്ചിട്ടുണ്ട്. ഒരുവൾ ഭൂമിയെ നോവിക്കാത്ത കാലടികളോടെ ഖബറിൻ പുറത്ത് നടന്നെത്തുന്നുണ്ട്. അവളുടെ കൈയിൽ ഒരു റോസാച്ചെടിക്കമ്പുണ്ട്. അവളത് പതുക്കെ ആ ഖബ

റിന് പുറത്ത് ഊന്നുകയാണ്. പിന്നെ കുനിഞ്ഞു നിന്ന് ആ പനിനീർക്കമ്പ് കണ്ണീരുകൊണ്ട് നനയ്ക്കുകയാണ്.

പൊടുന്നനവെ പനിനീർക്കമ്പിൽ ഇലകൾ മുളച്ചു. നിമിഷങ്ങൾക്കുള്ളിൽ ഇലകൾക്കിടയിൽ ഒരു മൊട്ട്, മൊട്ട് വിരിഞ്ഞ് ഒരു ചെമ്പനിനീർപ്പൂ.

ഖബറിനുള്ളിൽ നിന്ന് രണ്ടു കണ്ണുകൾ എല്ലാം കാണുന്നുണ്ടായിരുന്നു.

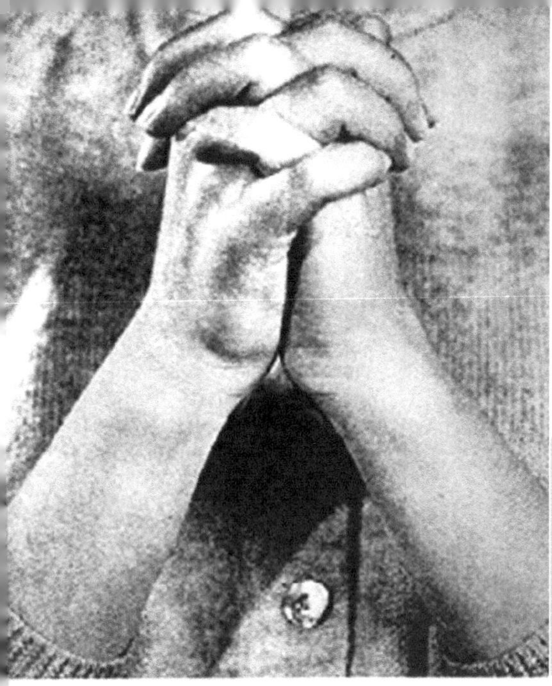

60

വെളിച്ചത്തിന്റെ നിറം

വെളിച്ചം കെട്ടുപോയ നേരം....

അവൾ ചോദിച്ചു.

'ഇനിയെന്തു ചെയ്യും?'

ഒന്നും പറയാതെ അയാൾ അവളുടെ മുടിക്കെട്ടഴിച്ച് അതിലൊളിപ്പിച്ചുവെച്ച സൂര്യനെ പുറത്തെടുത്തു. അത്ഭുതത്തിന്റെ കണ്ണുകളോടെ അവൾ ചോദിച്ചു.

'ഇത്രവേഗം നേരം വെളുത്തോ?'

ചോദ്യം കേട്ട് കിഴക്കുനിന്ന് സൂര്യനോ കിടക്കയിൽനിന്ന് അയാളോ ആരാണ് ചിരിച്ചത്!

61

രാത്രി

മുടിയഴിച്ചിട്ട് രാത്രി പകലിനോട് പറഞ്ഞു:
'നോക്കൂ എന്റെ സൗന്ദര്യം'
അസൂയാലുവായ പകൽ സൂര്യനെ കൂലിക്കുവിളിച്ച്
രാത്രിയെ മായ്ച്ചുകളഞ്ഞു.